எண்ணம் எழுத்தும்

விஜய்

பொருளடக்கம்

பொருளடக்கம்

பொருளடக்கம்

அணிந்துரை

வணக்கம் !

தமிழோடு பேசுவேன், பழகுவேன், பற்றுக்கொள்வேன். என் மைத்துனன் விஜய் போன்று படிக்கவில்லை என்கிற வருத்தம். தாய் மொழி இருந்தும் கன்னட தாய் மொழியை பயின்றதால் கன்னடமும் தமிழும் இரு தாய்கள் போன்று விஜயும் நானும் சகோதர பாசமிக்கவர்கள்.
குறிப்பாக என் உணர்வுகளில் அவர் பிரதிபளிப்பார், அதே போன்று அவர் உணர்வுகளில் நான் அனேக இடங்களில் பிரதிபளிப்பேன்.

இப்புத்தகத்தை நீங்கள் மெல்ல படித்தால் தெரியும் அதில் சில கவிதைகள் இதம், சில கவிதைகள் சுகம். பல வார்த்தைகள் சுட்டாலும் அது என்னை தொட்டது போல் உங்களையும் கண்டிப்பாக தொடும். தயவு செய்து புத்தகத்தை பிரியுங்கள் படியுங்கள் பிறகு உள்வாங்கிக் கொண்டு மூடி வையுங்கள்.

நன்றி,
ஆர். சுரேஸ்குமார்

முகவுரை

வணக்கம் !

இப்புத்தகதிற்கு எண்ணம் எழுத்தும் என தலைப்பிட்டு எழுதி இருக்கிறேன். என்னுள் எழுந்த பல உணர்வுகள், பார்த்த பல நிகழ்வுகளை உள்வாங்கிக் கொண்டு எழுதி இருக்கிறேன். நீங்களும் படிக்கும்படியாக கவிதைகளா வெளிக்கொண்டு வந்திருக்கிறேன்.

எண்ணம் எழுத்தும் என்கிற இப்புத்தகத்தில் இவன் என்ன எழுதி இருப்பான் என்று அலசி ஆராய்ந்து படியுங்கள். படிக்கும் பொழுது உங்கள் இதயத்துக்கு இதமாக இருந்தால் என்னை வாழ்த்துக்கள்.

அன்புடன்
விஜய்.

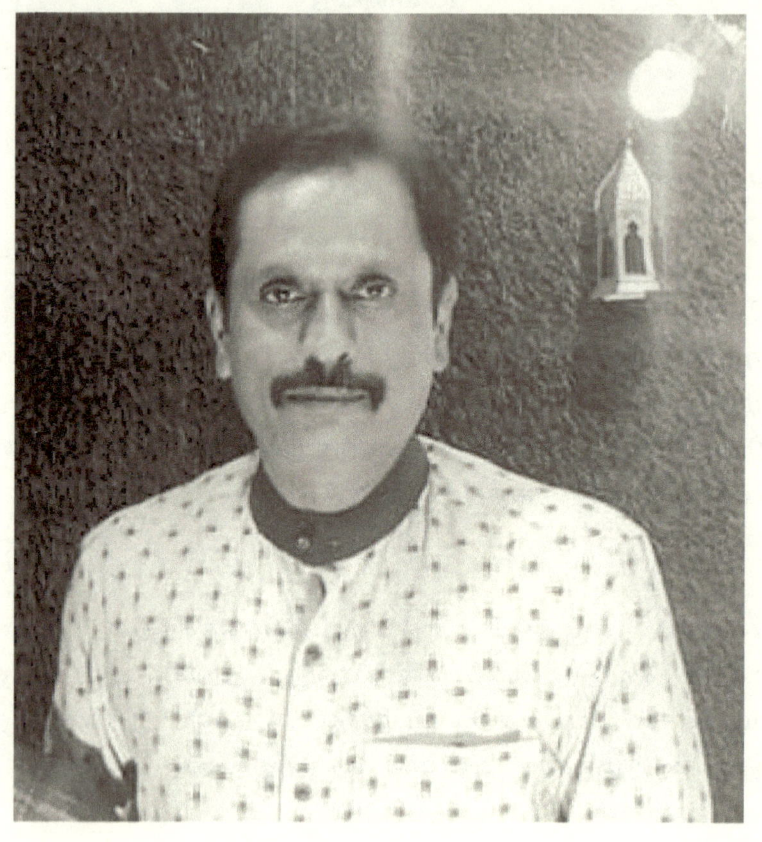

PH: 9740981035

MAIL: vijaykumarmonisho5@gmail.com

1. மே

பிரெஞ்சு வார்த்தையில்
மாய் என்று
பிஞ்சாய் மலர்ந்து !
மையா என
வசந்த கால தேவிக்கு
பெயர் சூட்டி !
அவள் புகுந்த இடம்
ரோம் நகரம் !
காரணம் உல்கேனுக்கு
ஆசை மனைவியாகி !
கதையே அது
அழகு உச்சத்தை நோக்கி !
மையாவே பிறகு
மே மாதமாகிட்டது !

2. நாசக்கார முண்டம்

ஊர் வம்பை
விலைக்கு வாங்கிட்டு,
ஒருத்தன் ஊர் சுற்ற போனான் !
மத விசத்தை
தூவி விட்டு விட்டு,
ஒருத்தன் நாட்டை விட்டு போனான் !
இங்கேயே ஒற்றுமைக்கு
டிங்கி அடிக்குது !
அடுத்த நாட்டுக்கு போய்
ஒற்றுமைக்கு பாடம் எடுக்கிறான் !
வெயில் அடித்தவுடன்
குளிர்தேசப் பயணம் !
போய் வர செலவு
யார் அப்பன் வீட்டு பணம் !
குடிசைகளை மறைக்க
போர்வையை போட்டு விட்டு,
"என் நாடு வளர்ந்து விட்டதென"
வாந்தி எடுக்க போனான் !

3. தமிழே கடவுள்

நாவொலியை கொண்டு
எழுந்திருக்கு மொழி !
மொழிக்கான
இனமே தமிழ் !
நாவசைவுக் கொண்டு
உருவாகி இருக்கு எழுத்து !
கற்றிடாத காலத்திலேயே
மொழிக்கான எழுத்தை,
கண்டுபிடித்தது யாரு !
பிண்ணி பிண்ணி
வளர்ந்த வார்த்தைகள்,
சடை கோர்த்தால்
போல் ஆனதால் !
ஆதி காலத்து தமிழர்கள்
மொழியை சடையப்பானா போற்றி !
தமிழ் சிறக்க சிறக்க
சிவனப்பனாக போற்றி !
தமிழே சிவனாக
சிவனே தமிழாக !
தமிழுக்கு அடிபணிந்ததால்
சிவனடி ஆனார்களோ ?
இமயம் முதல் குமரி வரை
சர்வமும் தமிழ் ஆனதால் !
சர்வம் மருவி

சைவம் ஆனதோ ?
மொழிக்கான கடவுள்
ஒரு இனத்துக்கான கடவுள் !
உருவம் இல்லாத வழிபாடே
தமிழே முழு முதற் கடவுள் !

4. சிந்தனைக்கு

• 5 •

கல்லிருக்கும் இடத்திலும்
மண்ணிருக்கும் இடத்திலும்,
ஈரமில்லை என்றால்
ஒன்றும் முளைக்காது !
உறவிருக்கும் பட்சத்திலும்
உணவிருக்கும் நிலையிலும்
கருணை அங்கு இல்லையென்றால்,
வாழ இனி தகுதியில்லை
என்பது உண்மையாகும் !
தெரிந்த உண்மையை
மறைப்பதை விட,
உடம்பை பாதுகாக்க
தவறுவது சரியான தருணம் !

5. தாய் மடி

பேர் என்ன பெருமை என்ன
ஊரென்ன உலகமென்ன !
வாழ்ந்ததிற்கு ஆன
அடையாளமே,
பதவி எனும் ஆசனத்தில் அமர்வதே !
சில சிலருக்கு
ஒவ்வொரு இலட்சியம் !
ஆனால் உலகம் சொல்லுது,
தாய் மடியை விட
சிறந்த ஆசனம்,
வேறுயில்லை என்று !
தன் உயிரில்
இன்னொரு உயிரை,
சுமந்து எடுத்து !
பக்குவமா வளர்த்து எழுப்ப
செய்யவில்லை என்றால் !
நமக்கென்ன மண்ணு தெரியும் ?
நமக்கென்ன உலகம் புரியும் ?

6. உணர்ச்சிக்கான வெற்றி

தாயின் சிறந்ததொரு
எந்த சக்தியும் இல்லை !
பேயே நாட்டை ஆண்டாலும்
கடைசியில் பிடரியில்
அடி வாங்கிக்கொண்டு ஓடும் !
அறிவே ஆண்டவன் அது
அன்னையை மதிக்கும் !
தவறான தீர்ப்பை
திருத்தி அமைக்கும் !
ஒரு துளி மையின் பெருமை
நல்லவர்களை வாழ வைக்கும் !
ஒரு துளி கண்ணீரின் வலிமை
அநீதியை புரட்டி அடிக்கும் !
அதுவே புரட்சிக்கான வெற்றி
அதுவே உணர்ச்சிக்கான வெற்றி !

7. அயலான்

மூவாயிரம் ஆண்டுகளுக்கு
முன் வந்த ஆரியர்களால்
நாம் இந்துக்கள் ஆனோம் !
எண்ணூறு ஆண்டுகளுக்கு
முன் வந்தவர்களால்
நாம் இஸ்லாமியர்கள் ஆனோம் !
ஐந்நூறு ஆண்டுகளுக்கு
முன் வந்தவர்களால்
நாம் கிருஸ்துவர்கள் ஆனோம் !
ஆகமொத்தம் அவ்மூன்று
மதங்களுமே நமக்கு அந்நியம் தான் !
அதற்கு முன் தமிழர்களுக்கென ஒரு நாடு
தனிக் கொள்கை கோட்பாடு !
அறிவு இருந்தும்
அந்நியர்களிடம் மயங்கி
இன்று வரை
அடிமைப் பட்டுட்டோம் !

8. அவர் தான் அப்பா

கஷ்டத்தின் மொழி
துக்கத்தின் மொழி
தன்மானத்தின் விழி
அவர் தான் அப்பா !
எதையும் தாங்கும்
பூமியை போன்று
தன் இதயத்தில்
பூட்டி வைக்கும்
இரும்பு பெட்டகம்
அவர் தான் அப்பா !
அழ தெரியாத குழந்தை
பல அடிகளை
தாங்கும் விந்தை !
வேதனை ஆனாலும்
சோதனை ஆனாலும்,
பலமா தாங்கிப் பிடிக்கும்.
வந்து விழும்
வார்த்தைகள் மட்டும்
கொஞ்சம் சூடாயிருக்கும்
அவர் தான் அப்பா !
அவரை போன்று யாரு
இந்த உலகத்திலே !

9. இசையே

இதய சிம்மாசனத்தில்
இசையே கோலோச்சுது !
இசை ஞானியின் பெயரோ
மெல்ல மண் மூடுது !
இசையோடு வாழ்ந்தது போதும்,
கொடுத்த இசையோ
பல தலைமுறைகளை தாங்கும் !
பக்தியை படிக்க தெரிந்தவருக்கு
உயர் மனிதர்களை
படிக்க தெரியவில்லை !
வாழ தெரிந்த மனிதருக்கு நன்கு பேச தெரியவில்லை !
மனதில் பட்ட வேதனைக்கு
அவரின் பிறந்த நாளில்
மூடி மறைக்க தோன்றவில்லை !

10. திரும்பிப் பாரு

• 11 •

முடியும் கொஞ்சம் திரும்பிப் பாரு
மக்கள் சிலர் அழகா இருப்பாங்க !
பார்வையாலே உள்வாங்கி பாரு
ஏதோ ஒரு சோகம்
குறைந்து போகும் !
சிலர் அழகான பேச்சில்
அம்சமா இருப்பாங்க !
அதையும் கொஞ்சம்
பாலோ பண்ணிப் பாரு ,
வாழ்க்கையில் மாற்றம்
சிரிக்கும் முன்னேற்றம் !
பார்வையில் பட்ட சிலர்
ஒழுக்கசீலரா இருப்பார்கள் !
அதுபோல் முயன்று
தான் பாரு
வாழ்வு மெருகேறும் ஜோரு !

11. அக்னிபாத்

புரியாத மொழி
கேட்டு தான் ஆகனும் !
ஆரியர்களின் விளக்கத்தை
கேட்டு தலை ஆட்டியாகனும் !
உயர் சாதியினருக்கு
நோகாத வேலைகள்
தயார் நிலையில் !
காலக் காலத்திற்கும்
தொடருது தொய்வின்றி !
மட்டரகம் அடிமட்டரகமுன்னு
சாதிகளை பிரித்து வைத்ததாலே !
எப்படியும் வாழ்ந்தாகனும்
கிடைத்த வேலைகளுக்கு
போய் தான் ஆகனும் !
ஏதும் கிடைக்கவில்லை என்றால்
இராணுவத்திற்கு ஆவது போய் சேர்ந்திடலாம் !
இப்பொழுது போட்டுவிட்ட
புது சட்டத்தாலே,
அங்கேயும் ஆப்பு !
தற்கால இராணுவ வீரராக
சேருபவர்கள் எல்லாம்,
வாடா வாடா போடா போடா
என்கிற கதிக்கு !
இந்நாட்டை கொண்டு போய்

நிர்க்கதியாக விட்டுட்டானுங்க !
நாட்டை பாதுகாக்க
பிறந்தவர்கள் எல்லாம்,
ஏழை-பாழைகள் தான் !
அவர்களின் கடைசி நம்பிக்கையும்
தகர்த்து எறிந்ததால் !
இளைஞர்களின் தீ பற்றுது
பாவிகளின் ஆட்சியில் !

12. 24 மணி நேரமும்

வாழ்க்கை முழுவதும் நல்லா வாழ்ந்திடலாம் யோசி !
ஆணும் பெண்ணும்
ஒவ்வொருத்தரும்
புரிந்து அறிந்து நடந்துக் கொண்டால்
வாழ்ந்திடலாம் யோசி !
டிவி பார்க்கலாம்
ஆனால் சோறு போடாது !
கோவில் குளம் சுற்றலாம்
ஆனால் அறிவு தராது !
அடுத்தவர்களுக்கு
வாலாட்டிக்கொண்டு இருந்தால்
வாழ்க்கை உருப்படாது !
கிடைத்த வேலையில்
சாதிக்க முற்ப்படு !
இருபத்து நான்கு மணி
நேரமும் நல்ல நேரம்,
வெற்றி அடைய புறப்படு !

13. யோகாசனம்

ஊர்வன பறப்பன நடப்பனவென
எந்த உயிர் இனமும்,
தன்மானத்தை விட்டு
மருத்துவ மனைக்கு போவதில்லை,
மருந்து மாத்திரையை திண்பதில்லை !
அவைகளின் ஆரோக்கிய
இரகசியமே
உடம்பின் நெளிவு சுளிவு !
அவைகளை பார்த்து கற்றதினால்
மனித வாழ்வில் ஒரு
சிறு மகிழ்வு !
அதை உடற்பயிற்சி என
சொந்தம் கொண்டாடலாம் !
சில ஆற்றலை
உள் வாங்குவதால்
யோகாசனம் என்றும்
சொல்லி மகிழலாம் !

14. ஒவ்வொரு உள்ளம்

• 16 •

பேசும் வார்த்தை முள்ளானால்
இதயம் கூட கல்லாகும் !
இசைவு கிடைக்குமா அங்கு
அன்பு மலருமா !
சொல்ல தெரியாது
ஒவ்வொரு உள்ளம்
ஒவ்வொரு மாதிரி !
உலக வாழ்க்கை
சிறுசு ஆனதால் சீக்கிரம்,
வாழ்ந்துவிட வேண்டும்
என்கிற துடிப்பு அதிகமாகும் !
துடிக்குது புஜம்
அவரவருக்கான பங்கு பூஜ்ஜியம் !

15. பாவிகள்

வாசி வாசி வாசி
மக்களின் முக்கால் வாசி !
ருசி ருசி..........யா
வாயிக்கு ருசியா !
நன்றாக திண்ங்க பழகிக்கிட்டு
அரட்டை அடித்து பேசிக்கிட்டு !
ஆஹா அது தான் இன்பம்
வாழ்வதும் அதற்கு தானென,
நேரக் காலத்தை
வீணாக்கிக் கொண்டு,
நல்ல எண்ணங்களையும்
தாழ்த்திக் கொண்டு !
சமூகத்தை பாழ்யடிக்கும்
பாவிகள் பூமியில் எதற்கு !

16. சாகாட்டுக்கு வழி

சிலர் இருக்கிறார்
நானெனும் அகந்தையால்
சிரிக்கிறார் !
சிலர் இருக்கிறார்
பேச்சில் வார்த்தை ஜாலங்களை
தொட்டு நனைக்கிறார் !
அவர்களை நம்பி சென்றால்
சாகாட்டுக்கு வழி
கேட்காமலே கிடைக்கும் பார் !
நல்லவர்கள் யார்
கெட்டவர்கள் யாரென்று
இந்த பாழ்பட்ட
ஜென்மங்களுக்கு தெரிவதில்லை !
எல்லா விவரமும்
கடைசியில் தெரியும் பொழுது,
ஏமாந்த கண்கள்
சிந்துது கண்ணீர் துளிகள் !

17. மரபை பேசும் மூடமே

எல்லாவற்றையும் நம்பி நம்பி
கெட்டதும் போதும் !
இனி அத்தனையும் நம்பி
இருப்பதும் மூடம் !
தாத்தா பாட்டிகள்
சொன்னது சும்மாவா !
எல்லாம் மரபுகளையும்
கட்டி காப்பது தர்மமா ?
நிழலாடும் கேள்விகளுக்கு
பதில் கூறலாமா ?
தலை அழகுக்கு
கிராப் அடித்துக் கொள்ளாமல்
இருக்க முடியுமா !
அதேபோல்
பேண்ட் போட்டுக் கொள்ளாமல்
திரிய முடியுமா !
முழங்காலுக்கு மேல்
சட்டை அணிந்துக் கொள்ளாமல்
ஒரு ஆடை கிடைக்குமா !
அவைகள் யாவும்
அயல் நாட்டவர்
கண்டுபிடித்தது !

18. இரத்தத்தின் இரத்தமே

பழுத்த மரத்தில்
கல் எறிகிறான் !
வீழ்த்தித் தள்ள
சமயம் பார்க்கிறான் !
என்னையும் குறி வைக்கிறான்,
தூக்கத்தை கெடுத்து
பயம் புகுத்தும்....,
நாட்டின் ஒரு பெரிய கட்சி !
படித்த நல்லவர்கள் அங்கு
நாசம் போகக் கூடாது !
நம்மை பிரிப்பதற்குள்
நாம் பிரிந்து.......,
அவனை தாக்குவோம் !
வாங்கோ வாங்கோ இரத்தத்தின் இரத்தமே...
அண்ணாவின் தம்பிகளே" !
அன்று எம் ஜி ஆர்
அழைத்த காரணம்...
புரிகிறது இன்று !

19. எங்கே மூச்சு

என்னாச்சு அப்பா
நீங்க இல்லாதது
கண்ணாமூச்சா !
அன்பான குடும்பம்
இன்று அமைதி ஆச்சு !
அப்படியே பேசினாலும்
உங்க பேச்சு !
உங்களை வச்சு மெச்சுக்க
எங்கே போச்சு மூச்சு !
தேடி கண்டுபிடிக்க
சொல்லுங்க அப்பா !
வருடங்கள் போனாலும்
ஏக்கம் மாறலே !
நீங்கள் சீக்கிரம் சென்றதை
மனசு ஏற்றுக்கலே !

20. வாழ்க நீ எம்மான்

பிறப்பு வாழ்வு இறப்புக்கு
காரண காரியம் இருக்குது !
யாருக்கு அவை
பொருந்தியதோ இல்லையோ !
கர்ம வீரரே உங்களுக்கு
நன்றாக பொருந்தியது !
நாட்டுக்காக பிறந்தீர்
மக்களுக்காகவே வாழ்ந்தீர் !
நாடே உமக்கு
உறுதுணை ஆனது !
செய்த செயலை
சொல்லி காண்பிக்கும் நாட்டிலே,
நீங்களோ அவையெல்லாம்
கடமை என்றே வாழ்ந்தீரே !
நாங்கள் செய்த பாக்கியம்

உங்கள் மேல் அன்பு கொண்டது !
வள்ளுவர் வாக்கும்
உங்க வாழ்வை
ஒட்டியே அமைந்தது !
தோன்றின் புகழோடு தோன்றுக,

"

அக்திலார் தோன்றலும் தோன்றாமை நன்று என்று
உங்களை நினைத்தே
பிறந்த நாள் வாழ்த்து கூறி
துதிக்கிறோம் போற்றுகிறோம் !

அக்திலார் தோன்றலும் தோன்றாமை நன்று என்று
உங்களை நினைத்தே
பிறந்த நாள் வாழ்த்து கூறி
துதிக்கிறோம் போற்றுகிறோம் !

21. சிந்தனைக்கு அழகு

வந்ததை எல்லாம்
பேசுவதற்கு வாய் இல்லை !
பணத்தை போல
அளவு அறிந்து
சிக்கனமா அத்துடன் பக்குவமா

பேசுவது தப்பில்லை !
பேச்சைக் குறைத்து
செயலில் சாதித்து
அப்புறமா பேசினால்
அது சிந்தனைக்கு அழகு !
படபடான்னு பேசிவிட்டு
குப்புற வழுக்கி விழுந்திட்டா
பெருமைக்கே அழுக்கு !

22. மிஸ்டர் இராம் நாத் கோவிந்த்

• 25 •...

என்ன சாதித்து கிழித்தாரோ
ஐந்து வருடமா
ஜனாதிபதியா இருந்து !
மக்களோடு மக்களா இல்லை
பிரிவினை தூண்டுதெலுக்கு
தீர்வு காணப்படவில்லை !
சில முக்கிய மசோதாகளுக்கு
கையெழுத்தே போடவில்லை !
ஒரு கட்சியின் விஸ்வாசியா
கடைசி நாள் வரை !
தலித்தா இருந்தும் அவர்
தலித்துகள் பக்கம்
நிற்கவே இல்லை !
பதவி முடிந்தவுடன் இன்று
ஓசி பங்களாவில்
கடைசி காலம் வரை !
மாதம் இரண்டரை லட்சம்
ஓய்வு எடுத்தவருக்காக
ஓய்வு ஊதியமாம் !
ஐயோ பாவம் !

23. சிறந்த அனுபவம்

• 26 •

பிறக்கும் ஒவ்வொரு நாளும்
எட்டி எட்டி பார்க்குது எதிர்ப்பார்ப்புகள் !
அதுவோ ஊமை விழிகளாய்
அனுபவத்தை மட்டும்
ஓட விட்டுட்டு ஓடுது !
உழைப்பாளிக்கும்
24 மணி நேரம்
தண்ட சோறுக்கும்
24 மணி நேரம் !
பயன் படுத்த தெரிந்தவர்களுக்கு
நல்ல நாள் !
அதிர்ஷ்டத்தை நம்பி
கோட்டை விட்டவர்களுக்கு
கெட்ட நாள் !
ஒரு நாளின் உழைப்பே
சிறந்த அனுபவம் !

24. சுமை

பரந்த விரிந்த பூமி
பாவம் எவ்வளவு பாரத்தையும்
தாங்கி சுமக்குது !
அதை பார்த்து கற்றாவது
சிறு சங்கடம் துயரத்தை
தாங்கும் வயது இது !
தாய் பத்து மாத சுமையை
தாங்காமல் விட்டு இருந்தால்
பூமி மேல் எந்த மானுடமும்
உயிரை சுமந்துக்கொண்டு வாழாது !
சுமையை எல்லாம்
சுகமாக நினைத்தால் !
சுலபத்தில் வெற்றியை
நாமும் பரித்து விடலாம் !

25. அவர் தான் கலைஞர்

• 28 •

எளிமையான மனிதருக்குள்
எத்தனை எத்தனை அழகு !
அவரை தமிழ் தாய்
பெற்று எடுத்த அழகு !
தன் வாழ்நாளில்
தமிழுக்காக தமிழர்களுக்காக
அவர்கள் தம் வாழ்வில்
தலை நிமிர்ந்து இருக்க
தன் பேனா மையில்
புரட்சி செய்த அழகு அழகு !
கலைஞரின் உழைப்பு அழகு
கலைஞரின் தன்மானம் அழகு !
தமிழ் அழகு
அவரின் போர் குணம் அழகு !
தலைமை பொறுப்பு அழகு
முதலமைச்சர்களின் முதலமைச்சராக அழகு அழகு !
தாழ்த்தி விடபட்ட
நான்காம் இன தமிழரை
நாங்கள் திராவிடர்கள்
நீங்கள் ஆதிதிராவிடர்கள்
எங்களின் மூத்த குடி என
சட்டம் இயற்றி
முதன்மை படுத்திய
அழகு அழகு !

அவரை நன்றியுடன்
தினமும் நினைவுபடுத்திக்
கொண்டு இருந்தாலே
தமிழகம் அழகு
தமிழர்களின் வாழ்வு அழகு !

26. மருந்து

தாங்கும் தன்மை
உடம்புக்கு இருக்கும் !
அப்படியே தாங்காமல் போனாலும்
தெளிவை ஏற்படுத்திக்கனும் !
வெகு சாதாரன வலிக்கெல்லாம்
மாத்திரையை தேடினால் !
சகச வாழ்க்கையே மாத்திரைக்கு அடிமையா போகும் !
நெற்றி பக்கம் தலைவலிச்சா
தூங்கி எழுந்தால் சரியாகிடும் !
நடு மண்டையில் தலைவலிச்சா சரியான உணவும் நீரும்
எடுத்தால் சரியாகிடும் !
பின் பக்கம் தலைவலிச்சா
மனவருத்தத்தை குறைத்தால் சரியாகிடும் !

27. 75வது சுதந்திர தினம்

எங்க முட்டி தொளையுறது
என்னத்த பேசி கிழிக்கிறது !
சுதந்திரம் என்கிறாங்க
அதற்கு 75 வயது என்கிறாங்க !
அது தான் புரியலே
நம்மை கிறுக்காக்க நினைக்கயிலே !
ஆத்திரம் முட்டுது
அசிங்கமா பேசிட தோணுது !
அரசியலுக்கு மட்டும் தானே
சுதந்திரம் கிடைத்தது !
அதுவும் ஆரியர்களின்
கையிலே தானே இன்றுவரை
அடிமைப்பட்டு கிடக்குது !
அவர்கள் வாழ
அவர்களின் சுகபோகத்தை
கட்டி காப்பாற்றவே !

மற்றவர்களின் முன்னேற்றத்தை
தடை போட
மதமொரு கேடையமா
சாதியொரு கேடையமா
மக்களை ஒன்றுப்பட விடாம

வைத்திருக்கும் உபசரிப்புக்கு
பெயர் தான்
இந்திய சுதந்திரமா !

வைத்திருக்கும் உபசரிப்புக்கு
பெயர் தான்
இந்திய சுதந்திரமா !

28. வாழ்க்கை என்றால்

பெயர் இருந்தாலும் பெருமை இருந்தாலும்
வாழும் கர்ணனா
வாழ்ந்து காட்டனும் !
வலது கை கொடுப்பது
இடது கைக்கே தெரியகூடாது !
கொடுத்ததை ஞாபகத்தில்
வைக்கவும் கூடாது !
பலன் பெற்றோர்
சுகம் பெறனும் !
சுகம் பெற்றவர்கள் தான்
நம்மை வாழ்த்தனும் !
காசு இருக்குது
பணம் இருக்குது என்று,
பதவி சுகத்துக்கு
போவது வேண்டாம் !
உயர் நிலையில் இருப்பதனாலே
அகங்காரத்திலும் பேசுவது வேண்டாம் !
அது தான் மேன்மை
அது தான் வாழ்க்கை !

29. இனியும் நம்பாதே

வேதனையில் தவிக்கும் பொழுது
அடிப்பட்டு துடிக்கும் பொழுது !
பசி பட்டினியில்
இருக்கும் பொழுது !
தோல்வி அவமானத்தில்
வாடும் பொழுது !
நல்ல வாழ்க்கைக்காக
ஏங்கும் பொழுது !
தமிழ் இனத்தை சுக்குநூறா
பாழ்ப்படுத்திய பொழுது !
அவன் இருக்கானோ இல்லையோ,
வேடிக்கை பார்த்த கடவுள் !
இனியும் நம்மை
காப்பான் என்று,
சிறு துளி நம்பிக்கையும்
தயவுசெய்து வைக்காதே !

30. அனைத்து சாதியினரும் அர்ச்சகர்

நீதியை உரக்க கேட்டது
பிராமண சங்கம் !
பதில் தருகிறோம்
வாங்கிக்கோ கொஞ்சம்,
என்று உயர் நீதிமன்றம்
தந்தது தீர்ப்பு !
"நாங்கள் தான்
கோவில்களை நிர்வகிப்போம்"
என்கிற பூசாரிகளே !
ஆகம விதிகளை பற்றி பேசும்
கோவில் பூசாரிகளே !
ஆகம நெறி என்பதே
தமிழிலிருந்தே வடமொழிக்கு
சாட்சாத் சென்றதடா !
ஒழுக்கமான நல்ல
நடைமுறையைப்
பின்பற்றும் செயல் முறை தான் !
அதுதான் சமற்கிருதத்தில்
ஆகமம் போடா !

31. தனதாக்கிக் கொள்ள

நாட்டை பிடிங்கி
நாசக்காரன் கையிலே கொடு !
நாட்டு உடமைகளை அடிச்சி
அம்பானி அதானியிடமே கொடு !
நியாயம் தர்மம் பேசினால்
நேரு சரியில்லை என்று கூறு !
அது தான் குஜராத் மாடல் !
குறள் நெறியை
வகுத்து தந்த திருவள்ளுவரை,
ஆதி என்ற புலைச்சிக்கும்
பகவன் என்ற பார்ப்பனருக்கு
பிறந்தவராக கட்டுக்கதையை பகரு !
இப்படி தான் பார்ப்பனர்கள்
தமிழையும் தமிழர்களையும்
வலைத்து வலைத்து
அடிச்சி பிடிங்கி
தனதாக்கிக் கொள்ள !
ரிக் வேதம் என்பார்கள்
வேதத்தின் நகல்,
திருக்குறள் என்பார்கள் !
ஆண்டவன் என்பார்கள்
அய்தீகம் என்பார்கள் !
இன்னும் சொல்லப்போனால்
கடவுள் வாழ்த்து

வான் சிறப்பு, நீத்தார் பெருமை
ஆகிய மூன்று அதிகாரங்கள் கூட
திருக்குறளின்
இடை செருகல் தான் !
133 அதிகாரம் இல்லை
வெறும் 130 அதிகாரமே !
திருக்குறளை
ஆராய்ந்து படித்த
தமிழறிஞர்களுக்கு எல்லாம்
பெரும் அறிஞர்
கப்பலோட்டிய தமிழர்
வ.உ.சியும் !
தமிழ் தென்றல் திரு.வி.காவும்
சொன்னது பொய்யல்ல !

32. வாழ்த்துவோம் நன்று

கடின உழைப்பால்
வளர்த்து எடுத்த பிள்ளை !
அவன் வாழ்விலோர் சாதனை
அம்மா அப்பாவுக்கு பூரிப்பு !
மனித சமூகத்தில்
வளர்ந்த பிள்ளையின் வெற்றி,
இச்சமூகத்திற்கு
காணிக்கை ஆக்கினால் !
என்ன தப்பு என்ன சங்கடம்,
வாழ்த்தும் நெஞ்சம்
தூய்மையால் உறைந்த நெஞ்சம் !
தூற்றும் நெஞ்சம்
மன பிசைவால்
வந்த நஞ்சு உள்ளம் !
அவ்வனைவரும்,
நன்றாய் வாழ
வாழ்த்துவோம் நன்று !

33. அறிஞர் அண்ணா 114

அண்ணா அண்ணா அண்ணா
இலட்சிய பயணத்தை
நமக்களித்த அண்ணா !
மாநில சுயாட்சி
சுயமரியாதை சமூகநீதியை
கற்று தந்த
அண்ணா அண்ணா அண்ணா !
அவர் பெயரை சொல்ல சொல்ல
நா மணக்கும் !
பொங்கல் வாழ்த்து அட்டை
என்றவுடன் அது
அண்ணாவால் அறிமுகம்
என்பதும் புகழ் மணக்கும் !
அண்ணா அண்ணா அண்ணா
அந்த பெயரே தேனா !
திருமண பத்திரிக்கையில்
முதலில் பதிய வைக்கும்
திருக்குறள் என்பதும்
அண்ணாவின் உச்ச அறிவு
இன்றும் புகழ் மணக்கும் !
அண்ணா அண்ணா அண்ணா
நம் நெஞ்சில் வாழும் அண்ணா !

34. தந்தை பெரியார் 144

காசா பணமா அவர் கேட்டார்
தமிழர்களின் உரிமைகளையும் தன்மானத்தை தானே
அவர் கேட்டார் !
வாழ்ந்த இனம்
அடிமைப்பட்டு போகக்கூடாது
வந்தேறிகள் கூட்டம்
வாலை ஆட்டக்கூடாது !
மதம் பிடித்து வந்தார்கள்
கடவுள் உண்டு என்றார்கள் !
மந்திரங்களை சொல்லி
நம் அறிவை மயங்கடித்தார்கள் !
மன்னாதி மன்னர்கள் எல்லாம்
ஆரியர்களுக்கு அடிமைப்பட்டு
மண்ணா தான் போனார்கள் !
பல நூறு நிலக்கிழார்கள்
ஆரியர்களுக்கு அடிமைப்பட்டு
மண்ணா தான் போனார்கள் !
மிச்சமீதி உள்ளவர்களை
காலி செய்து விட்டார்கள் !
இனி இருப்பது
நீயும் நானும் !
கேட்க நாதி இல்லை
நம்மில் ஒருவரா தான்
அவர் துடித்தார்

நமக்காக தான் போராடினார் !
இன்று நம் பெற்றோரும்
அவர்களை தொடர்ந்து நாமும் !
படித்து வேலை பார்த்து
ஒரு தகுதியோடு
குடும்பத்தை நடத்த
காரண கர்த்தாவே
தந்தை பெரியாரே !
நன்றியா,
நினைத்து பார்க்கும்
நாள் இது !
வாழ்க பெரியார் வாழ்கவே !

35. கசங்கி போன புத்தி

• 42 •

எப்படி எப்படி எல்லாம்
ரசிக்கிறாங்க !
எப்படி எப்படி எல்லாம்
பேசுறாங்க !
ஜோடி பொருத்தம்
சரியில்லையே என்றால்,
ஜாதக பொருத்தம்
சரியா வருதே என்கிறார்கள் !
குணம் எப்படியென
வினவினால்
கட்டின வீடு அழகா
இருக்கு என்கிறார்கள் !
கட்டாயத்தின் பேரில் திருமணம் !
கசங்கிப் போன
புத்திகார்களின் பேராயுதம் !

36. ஆகாயம் போல்

உயர்வது தாழ்வது இயல்பு
இறக்கும் வரை
உயர்வா இருப்பது சிறப்பு !
கடுகா இருந்தாலும்
காரமா இருக்கனும்
கலப்படமா இருக்க கூடாது !
வாழ்க்கை என்பது தோட்டமாகவும் இருக்கா கூடாது
பலரும் வந்து
நடந்து மிதிப்பார்கள் !
ஆகாயம் போல்
பரந்து விரிந்து
இருந்து விட்டால்,
நன்மைகளை கொடுக்கலாம் !
மற்றவர்களும் நம்மால்
பலன் அடையலாம் !

37. மந்திரத்தில் மருந்து?

எதுக்கு சும்மா
வீணா யோசிக்கனும் !
எதுக்கு சும்மா
வீணா செலவழிக்கனும் !
புத்தி உள்ளவர்கள்
வாழும் காலம் !
பேதலித்த புத்திக்காரர்கள்
அழியும் காலம் !
நோய் வந்தால்
டாக்டரைப் பார்க்கனும் !
ஆரோக்கியம் வேண்டுமென்றால்
உழைத்துப் பார்க்கனும் !
மந்திரத்தில் எல்லாம்
மருந்து வராது !
கடலில் குளித்து வந்தால்
நோய் தீராது !

38. இறேழு உலகம்

அதல - விதல - சுதல
தராதல - இராசாதல
மகாதல - பாதாள !
என்ன வாய் திரும்புதா
இல்லை தலை சுற்றுதா !
நம்பிக்கை வருகிறதா
இது தான் கீழ் உலகமாம் !
பூலோக புவலோக சுவலோக
சனலோக - தபோலோக
மகாலோக - சத்தியலோக !
என்ன மெல்லமா
பைத்தியம் பிடிக்குதா,
இது தான் மேல் உலகமாம் !
இத்தனை உலகங்கள்
நமக்கு வேண்டுமா ?
இருக்க ஒரு வீடும்
நமக்கான நாடும் போதாதா !

39. கனவுகளே

• 46 •

காணும் கனவுகள் ஏராளம்
மனசுல வச்சுக்கிட்டா தாராளம் !
காசா பணமா
இருந்து விட்டு போகட்டும் !
எண்ணிய நாட்கள் நகரும்
சுலபத்தில் வருடங்களும் நகரும் !
எல்லாம் எட்டிவிடும்
தொலைவு தான் !
எதிர்க்காலம் என்பது
வந்துட்டேன் என்று சிரிக்கும் !
அப்பொழுதும்   மக்கள்   போட்டியோடும்
பொச்சரிப்போடும் மோதும் !
ஓடிப் பிடித்தால்
வெற்றி கொள்ளலாம் !

40. உலகத்தில் பேசத் தெரியாத பேச்சாளர்

அடுத்தவர்களுக்கு
நன்மை செய்துவிட்டு,
துன்பம் வாங்கும் உள்ளத்தவர்
பேசத் தெரியாத பேச்சாளர் !
கடவுள் பொம்மைகளுக்கு
காலை கடன்களை
முடித்து வைக்காமலே,
பல் துலக்கி விடாமலே
குளிக்க வைத்து,
அவைகளை ஓர் மூலையிலே
கொண்டு போய் சார்த்திவிட்டு !
பொட்டு வைத்து பூ வைத்து
கை கட்டி வாய் பொத்தி,
வேண்டுதலென்று முனுமுனுப்பவரும்
உலகத்தில் பேசத் தெரியாத பேச்சாளர்களே !

41. காது கேட்குதா காந்தி தாத்தா

இதயம் கனிந்த
பிறந்த நாள் வாழ்த்துக்கள் !
உன்னை சுட்ட இயக்கம் தான்
ஆட்சியில் உட்கார்ந்து கொண்டு,
மக்களை நிம்மதி அற்றவர்களாக
சுட்டு தள்ளுது !
இன்று தாறுமாறா
பேச்சும் செயலும் அருவெறுப்பா !
பிராமணியத்தை மட்டும் அரவணைப்பா !
சுதந்திர போராட்டமே ஒரு
நாடகம் என்கிறார்கள் !
உன் தலைமையே ஆங்கிலேயருக்கு,
உதவி செய்ய தான் என்கிறார்கள் !
மதத்தை வைத்து மக்களை
மடையர்களா ஆக்கிட்டார்கள் !
பச்சா தாபத்தை விட்டு விட்டு
பலரக பாவம் செய்கிறார்கள் !
காது கேட்குதா காந்தி தாத்தா !

42. சேர்த்து மகிழ்

• 49 •

நினைவு கூறும் அத்தனையும்
வாழ்க்கை பயன்பாட்டுக்கு
உதவும் அத்தனைக்கும்,
ஆயுத பூசை !
கோலா கோலமாக
கொண்டாடும் ஆயுத பூசை !
அவரவர்கள் விருப்பம்
கொண்டாடி மகிழட்டும் !
சுத்தம் சுகாதாரத்தை
அளிக்கும் துடப்பகட்டையும்,
அன்றாடம் மனிதர்களின்
பாரத்தை சுமக்கும் செருப்பையும்
பூசைக்கு உரியதா
சேர்த்து மகிழ்ந்தால் என்ன !

43. பத்து நிமிடம்

கண் போன்ற காலத்தை
பொன் போன்ற நேரத்தை !
தெளிவானவர்கள்,
கன்னிவெடி வைத்து
கொல்லமாட்டார்கள் !
அடுத்தவர்கள் வந்து
நேரத்தை வீணடிக்க
விடமாட்டார்கள் !
வீணடிக்க வந்தவர்களுக்கான
நேரம் இரண்டு நிமிடம் தான் !
அதை அனுமதித்தவர்களுகான
நேரம் எட்டு நிமிடம் !
சமயோசித புத்தி
அறிவுக்கு சொந்தம் !

44. எச்சில்

டீயும் சிகரெட்டும் வாயிலே
உடனே உடம்பு வெறுக்கும்
எச்சில் ரோட்டிலே !
சிலர் பான் பராக் பீடா வாயிலே
உடம்பு காறி துப்பியவுடன்
எச்சில் பதிலுக்கு ரோட்டிலே !
தேவை இல்லாததை தின்று
உடம்பதை ஏற்க மறுத்தால்
அந்த எச்சிலும் ரோட்டிலே !
தெளிவு இல்லாமல்
அசுத்தமான வேலை செய்து
ஒவ்வாமை வந்தாலும்
வாந்தி ரோட்டிலே !
என்று அறிவு வளரும்
என்று அசிங்கம் ஒழியும்
இந்த நாட்டிலே !

45. வீடும் வாழ்வும்

தன்னைத்தானே சுற்றுவதால்
ஒரு நாள் கழியலாம் !
சூரியனை சுற்றி வந்தால் தான்
முழுமை அடையும் !
வீடும் அப்படி தான்
கணவனும் மனைவியும்
அப்படி தான் !
ஒன்று படுத்தாலும்
வீடு இருண்டு போகும் !
அதிலும் மனைவி வாடினால்
மகிழ்ச்சியே ஓடி போகும் !
வருத்தமும் சுகவீனமும்
வந்து போகும் இடம் !
வீடும் வாழ்வும்
எதிர் கொண்டால் நலம் !

46. வெந்து சாகாதா

வயிறு நிறைந்தவர்களிடமே
சாப்பிடு சாப்பிடு
என்றார் போல்,
அம்பானி அதானியிடமே
நாட்டின் தொழில் வளங்களை,
குத்தகைக்கு விட்டும்
கொஞ்ச கொஞ்சமா
விற்றுத் தீர்த்து வருவதை--
பாருங்கோ பாருங்கோ
கேளுங்கோ கேளுங்கோ என்று,
மக்களிடம் தம்பட்டம் அடிக்குது தற்குறி தனமா,
பேசியும் தொலையுது
வெட்கம் கெட்ட அரசாங்கம்
வெந்து சாகாத அரசாங்கம் !

47. மென்மை

நலம் அறிந்து பேசும்
நல்ல உறவுகளை விட !
பரிவை காட்டும்
நல்ல குணத்தை விட !
அமைதி கொண்ட
நல்ல எண்ணத்தை விட ...,
தலை சிறந்தது
எந்த சாதனையும் இல்லை !
எந்த விருதும் இல்லை
எந்த படிப்பும் இல்லை !
அவைகளைக விட
மிக மென்மையா நினைக்கும்
சொத்தும் இல்லை
பணமும் இல்லை !

48. அதிசூரன்

உழைத்த அருமை
செல்வத்தில் சேரும் !
சேர்த்த செல்வம்
பெருமையில் சேரும் !
இருப்பது எல்லாம் நன்மைக்கே !
புது மாற்றம் வந்தாலும்
உயர்வுக்கே !
ஒரு படி உயர
கீழ்ப்படி தாங்கனும் !
ஏற்றம் பெற்று விட்டாலும்
உதறி தள்ளாது நல்குணம் !
நான் என்பது ஒழிய
நாம் என்பது இருக்கனும் !
அதிசூரனா இருந்தாலும்
பெரியவர்களுக்கு முன்,
கை கட்டி நிற்கனும் !

49. அ.இ.அதிமுக

கோடான கோடி ரசிகர்களை
காத்தார் காத்து வகுத்தார் !
ஒரு நல்ல தலைவன்
தரணி ஆண்ட முதல்வன்,
தங்க மகன் எம்.ஜி.ஆர் !
கழகமெனும் தங்க கோவிலை
தனதாக்கிக் கொள்ளாமல் !
பொதுவென நினைத்து
விட்டு சென்றார் !
அதை தாயாக தாங்கி
பட்டுப் போகாமல் வெட்டுண்டும் சிதறாமல் !
கட்டுகோப்பா காத்த
தங்க மங்கையையே
காக்க மறந்த பாவிகள் !
நோய் வருவது இயல்பு
வந்த நோய் அம்மையாரை
தாக்கியவுடன் முடிவுரை
ஏய்த பாவிகள் எங்கே எங்கே !
உடனிருந்தே குழி பரித்த
நாசகாரிக்கு
துணை போனவர்கள்
எங்கே எங்கே !
உலகம் போற்றிய
தங்க மகன் எம் ஜி ஆரும்

மண்ணுக்குள்ளே !
தங்க தாரகையும்
மண்ணுக்குள்ளே !
கேட்பார் இல்லை
கண்டிப்பார் இல்லை !
அக்கழகமெனும் திருக்கோவிலை
அழித்தவர்கள் ஏன் வாழனும்
இந்த பூமிமேலே !

50. தீபாவளி

எண்ணையை தேய்த்து
தலைக்கு குளிச்சிட்டு !
நள்ளி எலும்பு குழம்பில்
இட்டிலியை சாப்பிட்டு விட்டு !
யோசிக்க நாதியற்று
தொலைக்காட்சியை பார்த்துக்கிட்டு,
உண்ட மயக்கம்
மல்லாக்கா படுத்துக்கிட்டு !
மாலை வேளையில்
புது பேண்ட்டு சொக்கா போட்டுக்கிட்டு !
பட்டாசு வெடிச்சா
மருந்து வாசனை !
வாய் குமட்டுது மூக்கு
எரியுது !
முகம் கழுவி இரவு
சாப்பிட்டு விட்டு,
அரட்டையோடு படுக்கபோனா
மெல்ல ஒரு கேள்வி எழுந்தது !
"பண்டிகை முடிந்ததா ?
அதால உனக்கு என்ன ஆனது ?
நாலு காசு பிரயோசனமாவது
உனக்கு சிக்கினதா !
இந்த பண்டிகையின்
கதை அர்த்தமாவது

உனக்கு புரிந்ததா !
உன் கையை எடுத்தே
உன் கண்ணை குத்தி,
அதற்கொரு விழா எடுத்து
உன்னையே
கொண்டாட வைத்தது தான்
ஆரியர்கள் செய்த சூழ்ச்சி" என்று
நயமா நாராசம் பாடிவிட்டு
கேள்வி நகர்ந்தது !

51. இன்பமே

காத்திருந்து பார்க்கும் சுகம்
சேர்த்து வைத்த
பேச்சின் ரகம் !
பழுத்த பழமா
சுவையில் இனிக்கும் !
பலகால பழக்கம்
பழமையாவும் திளைக்கும் !
சிலகால பழக்கம் அது
புத்துணர்வோடும் இருக்கும் !
நானென நினைக்காத
உள்ளம் என்றும்,
நன்மை செய்யவே இருக்கும் !
ததும்பாத பேச்சு
வாழ்க்கையை நகர்த்தும் !

விழிப்போடு இருந்திட்டால்
தகுதியா உயர்த்தும் !

52. பாவம் இளசுகள்

சந்தனம் பட்டுப் மயங்குது
கன்னம் இரண்டும் சிவக்குது !
மஞ்சள் குங்குமம் சிரிக்குது
பன்னீர் துளிப்பட்டு வணங்குது !
ஜோடி சேர தயங்குது
தேதி குறித்தவுடன் துடிக்குது !
சடங்கு முடிந்தவுடன்
மனசு ஆடுது !
தொட்ட கைகள்
இணைந்து பேசுது !
இன்னும் தாலி வாங்கலே
பத்திரிகை அடிக்கலே,
மாலை சூட பூ பூக்கலே !
கெட்டிமேளம் சத்தம்
கனவிலே நித்தம் !
பாவம் இளசுகள்
ஏங்கும் மனசுகள் !

53. திருமணத்தில்

• 62 •

தேக்கி வைத்த ஆசையெல்லாம்
திருமணத்தில் முடியும் !
சேமித்து வைத்த பணமெல்லாம்
தாம் தூமென கறையும் !
வந்தவர் எல்லாம் அறிவாளி
ஆளுக்கொரு சடங்கில்
படுகிள்ளாடி !
பேசாத பொருட்களுடன்
வலைந்து குனிந்து
கும்பிடு போடும் !
பேசும் மக்களிடம் ஏனோ
பேந்த பேந்த
முழித்திட்டு இருக்கும் !
அள்ளி வீசும் பணத்தாலே
ஆடம்பரம் தெரியும் !
கிள்ளி வீசும் பேச்சாலே
பாசம் ஒப்புக்கு சப்புன்னு
புரியும் !
ஒன்று இருந்தால்
ஒன்று இருக்காத
வாழ்க்கை இது !
ஒட்டு மொத்த
மனித இனத்துக்கு
சொந்தம் இது !

ஆட்டம் எல்லாம்
கண் இமையோரம் !
பாட்டு எல்லாம்
செவி கதவோரம் !

54. நீடோடி வாழ்க

இந்த உலகம்
விருப்பு வெறுப்பில் மிதக்கும் !
நினைத்தவர்களை
மனதில் வைத்து துதிக்கும் !
ஒரு சிலரில் நீ எங்கள்
இதய மலரே !
அழகு ஈர்க்கும்
அறிவு துளிர்க்கும் !
பேச்சு இனிக்கும்
சொல்லில்,
பலரை இணைக்கும் !
மலைப் போல
ஓடும் நதி போல !
கடல் போல
வெறுக்க முடியாத
நீ எங்கள் உயிர் போல !
நல்லவர்களின் இருப்பே
ரசிப்பும் ரசனையே !

கடந்து நீள்ளத்தால் பார்ப்பதால் தான்,

அதற்கு கடவுளென பெயர் !
கல் இல்லாத உருவம்
கரைந்து போகாத பருவம் !
காலத்தின் பெட்டகமே
நீ நீடோடி வாழ்க !

55. விதியா மதியா

விதியை நம்பினால்
கதவை சாத்திக்கொண்டு
கண்ணை மூடிக்
கொண்டு
சூரிய கிரணத்தை
நம்பிக்கொண்டு
சந்திர கிரணத்தை
நம்பிக்கொண்டு
உணவு அருந்தாமல்
குளித்து முடித்து
கோவில் கதவு
திறக்கும் வரை காத்துக் கொண்டு
கடவுளை கும்பிட்டு விட்டு
உண்டியில் காசு போடனும் !
அறிவை நம்பினால்
அன்றாட கடமையை
செய்துக்கொண்டு
நேரத்திற்கு சாப்பிட்டுக்கொண்டு
ஆரோக்கியத்துடன் இருக்கலாம் !
சூரியனும் பூமியும்
நேருக்கு நேர்
சந்திக்கும் பொழுது
நிலவு நடுவில் புகுந்தால்
அது சூரிய கிரகணம் !

சூரியனும் நிலவும்
நேருக்கு நேர்
சந்திக்கும் பொழுது
பூமி நடுவில் புகுந்தால்
அது சந்திர கிரகணம் !

56. சுய புராணம்

தன்னைத் தானே
புகழ்ந்துக்கொள்ள,
அடுத்தவர் இடம் ஒன்றும்
புறம்போக்கு அல்ல !
அவர்களின் நேரம் கூட
சும்மா இல்லை !
அடுத்தவர் உள்ளத்தில்
உண்மையாகவும் தூய்மையாகவும்
இருந்து விட்டால் !
தன் சுய புராணத்தை
சொல்லி தெரியவேண்டிய
அவசியமே இல்லை !
இதை உணர்ந்து கொண்டவர்
வாழ்வு தாழ்வதே இல்லை !

57. எழுடா நண்பா

எழு எழு விழித்தெழு
விவரமாக துணிந்து எழு !
வெற்றிக் கொள்ள
துணிந்து எழு !
அம்மா அப்பாவை
துணைக் கொண்டு எழு !
உன் படிப்பை நம்பி
உறுதிக்கொண்டு எழு !
வாழ்க்கை மொட்டை அல்ல
ஜெயிக்காத
சொத்தை அல்ல !
அறிவைத் தொட்டால்
அத்தனையும் உனக்கு !
அனுதினமும் சுகம் உனக்கு !
ஒவ்வொரு நட்புக்கு
வேறு வேறு கணக்கு !
கூட்டி கூட்டி பாரு
இலாபம் உனக்கு !

ஒன்னோடு ஒன்னு சேர்ந்தால்

உனக்கு தான் பலம் !
இடைஞ்சல் இருந்தால்
தூக்கி அடி !
நல்லது பிறக்கும்
தாங்கி பிடி !

58. தாங்க முடியலேடா சாமி

நல்லவன் புத்தியும்
சில நேரத்தில் கோபப்பட்டு,
அட தூத்தெறி என்கிற அளவுக்கு போகும் சூழலை
உண்டாக்கி விடுறானுங்க
தறுதலை பய புள்ளைங்க !
தலை என்றால்
காலு என்கிறானுங்க !
வாய் என்றால்
மூக்கு என்கிறானுங்க !
அரைக் குறை பேச்சு
நான் என்கிற அதிமேதாவியா போச்சு !
இப்படியான இடிச்சப்புளி
தொல்லைகளை
தாங்க முடியலேடா சாமி !

59. கப்பலோட்டிய தமிழர் வ.உ.சி

நாடு பிடி சண்டை
மிருகம் ஆனவர்களுக்கு !
நாற்காலி சண்டை
நம்மை ஆள்பவர்களுக்கு !
வந்தவர்களை துரத்த
கூட்டு முயற்சி !
அதில் பெயர் வாங்கியவர்கள் எல்லாம்
வட நாட்டவர்களின் சூழ்ச்சி !
நாட்டின் சுதந்திரத்திற்காக
தன் உடல் பொருள் ஆவியென மொத்தமா இழந்த
வ.உ.சிதம்பரனாரின்
நினைவு நாள் இன்று !

அவரை நினைவு கூற
தமிழர்களை விட்டால்
இந்திய நாட்டில் வேறு யாரு ?
நாம் தான் நம் நாடு
நம் நாடென ஒற்றுமை உணர்வில்,
ஒன்றா இருக்கிறோம் !
தமிழர்களுக்கு,

எதுவும் செய்யாத இந்நாட்டில் தமிழ் நாடு எதற்கு இருக்கனும் !

எதுவும் செய்யாத இந்நாட்டில் தமிழ் நாடு எதற்கு இருக்கனும் !

60. நல்ல நேரம்

சந்தோசத்தின் எதிரி
சூழ்நிலையின் எதிரி
அவசரத்தின் எதிரி
சங்கடத்தின் எதிரி
நேரம் கடிகாரம் !
வேகம் நிறைந்த உலகில்
கிடைத்து இருக்கும்
அரும் பொருளை,
நல்ல நேரம் கெட்ட நேரமென
பகுத்து பகுத்து பார்த்து
படுகுழியில் விழுவது விட்டு
நேரத்தை எல்லாம்,
நல்வழிப் படுத்தினால் !
வாழ் நாளெல்லாம்
நல்ல நேரம் !

61. தமிழா

தேங்காதே ஒதுங்காதே
மிதக்காதே மிரளாதே
தமிழா தமிழா !
நீ தமிழன் என்பதற்கு
அடையாளமே
முதுகெலும்பு தான்டா !
பக்தி தமிழ்
இடையில் சொருக்கப்பட்டது !
சங்க தமிழ்
அதற்கும் முற்பட்டது !
எங்கும் எதிலும் மதமில்லை
எந்த வார்த்தையிலும்
அங்கு கடவுளில்லை !
தேசியத்தையும் மனிதத்தையும் தான்
தமிழ் தூக்கி பிடித்தது !
கி.பி.2ம் நூற்றாண்டுக்கு
பின்பு தான்,
சமஸ்கிருதம் தமிழை
அழிக்க நினைத்த
மயக்க மருந்து மயக்க மருந்து
என்பதை மறவாதே !
தமிழ் என்பது
தெய்வீகம் மட்டுமல்ல !
தமிழ் என்பது

பக்தி மொழி மட்டுமல்ல !
தமிழ் என்றால் உணர்ச்சி !
தமிழில் தான்
உரிமைக் குரல் இருக்கிறது !
விளிம்பு நிலை மக்களுக்காக
குரல் கொடுக்கிறது !
அடக்கப்பட்ட மக்களின்
ஒடுக்கப்பட்ட மக்களின்
மொழியாக இருக்கிறது !

62. ஆசையை பாரு

ஆசைக்கு பூட்டு இல்லை
பேராசைக்கு வெட்கமில்லை !
அதை மறைக்க
உண்மை இல்லை !
பூசை என்று சொல்லி
அடுத்தவரை அலைகழிப்பது !
தன்னலத்துக்கான பூசையில்
மற்றவர்களுக்கு என்ன
வேலை இருக்கிறது !
சொத்து பத்து கூடயிருந்தும்
பின்பு கடன் தொல்லையென
புலம்பி தவிப்பது !
வாழ்கையே சதா
நடிப்பா வச்சிக்கிட்டு,
நல்லவர் வேடம் போட்டு
அடுத்தவரை
கீழ் படுத்துவது ......,
என்பது வாழ்க்கை பாடமா
இல்லை அறிவு கூடமா !

63. நிச்சயம் மரணம்

எவ்வளவு இருந்தாலும்
ஏங்கும் மனசு !
அடிப்படை தேவைகளுக்கு மேலும் என்ன தான்
இருக்கும் !
மழை இருக்கனும்
அன்பு செலுத்த
மக்கள் இருக்கனும் !
நம் சார்புள்ள எங்கெங்கிலும்
நம்பிக்கை இருக்கனும் !
சுற்றி நான்கு
நண்பர்கள் இருக்கனும் !
இவைகளை காட்டிலும்
மேலும் எதிர்ப் பார்ப்பவர்களுக்கு,
நிச்சயம் மரணம் தான்
சரியா இருக்கும் !

64. ஆசையை பாரு

• 79 •

ஆசைக்கு பூட்டு இல்லை
பேராசைக்கு வெட்கமில்லை !
அதை மறைக்க
உண்மை இல்லை !
பூசை என்று சொல்லி
அடுத்தவரை அலைகழிப்பது !
தன்னலத்துக்கான பூசையில்
மற்றவர்களுக்கு என்ன
வேலை இருக்கிறது !
சொத்து பத்து கூடயிருந்தும்
பின்பு கடன் தொல்லையென
புலம்பி தவிப்பது !
வாழ்கையே சதா
நடிப்பா வச்சிக்கிட்டு,
நல்லவர் வேடம் போட்டு
அடுத்தவரை
கீழ் படுத்துவது ......,
என்பது வாழ்க்கை பாடமா
இல்லை அறிவு கூடமா !

65. நிச்சயம் மரணம்

• 80 •

எவ்வளவு இருந்தாலும்
ஏங்கும் மனசு !
அடிப்படை   தேவைகளுக்கு   மேலும்   என்ன   தான்
இருக்கும் !
மழை இருக்கனும்
அன்பு செலுத்த
மக்கள் இருக்கனும் !
நம் சார்புள்ள எங்கெங்கிலும்
நம்பிக்கை இருக்கனும் !
சுற்றி நான்கு
நண்பர்கள் இருக்கனும் !
இவைகளை காட்டிலும்
மேலும் எதிர்ப் பார்ப்பவர்களுக்கு,
நிச்சயம் மரணம் தான்
சரியா இருக்கும் !

66. முத்தம் கொடு

தன் நம்பிக்கைக்கு
ஒரு முத்தம் கொடுத்தால்
அது வலுவாகும் !
இயலாமையை நினைத்து
கண்ணீர் வடித்தால்
மேலும் உதவாமல் போகும் !
வந்ததை எல்லாம்
வரவில் வை !
போனதை எல்லாம்
செலவில் வை !
நம்மை பற்றி அடுத்தவர்கள்
என்ன நினைப்பார்களோ என்று
கவலையை விடுத்து,
நல்லதை நோக்கி பயணப்பட்டால்
சந்தோசம் கிடைக்கும் !

67. முன்

நம்மை யாரும்
சீண்டவில்லை என்றாலே !
ஆணவம் தற்பெருமையா மாறி
தம்பட்டம் அடித்துக்கொள்ளும் !
ஒரு கால கட்டத்தில்
மூக்கொடிந்து மூலையயில்
உட்கார வேண்டிவரும் !
அதற்கு தான்,
பக்திக்கு முன்
நம்பிக்கை இருக்கனும் !
பேசுவதற்கு முன் கவனிக்கனும்
செவவுக்கு முன் சம்பாதிக்கனும் !
எழுதுவதற்கு முன் யோசிக்கனும் !
சாவதற்கு முன்
கண்டிப்பாக வாழனும் !

68. பொய் அல்ல

இருக்கப்பட்டவர்களுக்கு
கண்ணும் தெரியலே
கஷ்டமும் புரியலே !
வெறும் இன்பம் தான்
நிறைய பணம் இருப்பதால் !
பாவம் வயிறு சிறியது
சாப்பிட முடியலே !
ஆசை பெரியது
அடக்க தெரியலே !
அறிவு இருக்குதுன்னு
ஆத்தி சொல்லி இருப்பாள் !
உசாரா இருன்னு
பாட்டன் சொல்லி இருப்பான் !
வரவுக்கு மிஞ்சி
செலவு செய்தால்
அது குடும்பம் அல்ல !
கண்ணியம் தவறி நடந்துக்கிட்டா
வாழ்க்கை கண்ணிப்போயிடும்,
என்பதும் பொய் அல்ல !

69. இயற்கை பாடம்

வானம் அழுதால்
பூமி சிரிக்கும் !
அடுத்தவர்கள் அழுதா
வயிற்றெரிச்சல்,
கோஸ்டி ரசிக்கும் !
காதல் மகிழ்ந்தால்
இரண்டு உள்ளங்கள் ருசிக்கும் !
இயற்கை எல்லாம் அதிசயம்
ரசிக்க ரசிக்க புல்லரிக்கும் !
ஜில்லுன்னு காற்றா
உடல் போர்வையை தேடும் !
இடி இடிச்சா
ஐயோவென வாய் பாடும் !
மழை அடிச்சா
திண்க சூடா தேடும் !
என்ன என்ன உணர்வா
இயற்கை தரும் பாடமா !

70. ஜி20 நாட்டு பிரதிநிதிகள்

சரி மூடு சரி மூடு
ஜி20 பிரதிநிதிகள்------, வருகிறார்கள் சரி மூடு !
எங்களுக்கு என்ன வந்தது
சரி மூடு !
மும்பை அழகை மட்டுமே
காட்டப்படுவதால்
குடிசைகளை மூடு !
அழுக்கடைந்த ஆறுகளை
மறைக்க
பதாகைகளை வைத்து மூடு
துணிகளை வைத்து மூடு !
வெளிநாட்டு பெரிய நபர்களுக்கு
சேரிகளைக் காட்ட
விருப்பம் இல்லை !
ஆகையால் ஒத்துக்கொள்ளுங்க
எங்கள் மீது இதுவரையில்
அக்கரையில்லை என்று
ஒத்துக்கொள்ளுங்க !
இப்படி பிறந்து
வாழ்கிறோம் என்றால் !
அரசாங்கம் இதுவரை
என்ன செய்தது ?
ஏழ்மையை போக்க
அரசாங்கம் இல்லையா !

அப்படி இருந்தால்
அரசாங்கத்திற்கு,
வெட்கம் இல்லையா !
ஏய் அரசாங்கமே
எங்களை ஏன்
இழிவாய் நினைக்கிறாய் !

71. எமன் லஞ்சம் வாங்கமாட்டான்

ஓடும் ஓடும் ஒரு நாள் ஓடும்
வெல்லமான செல்வம் கூட
ஒரு நாள் ஓடும் !
அழகு வற்றாத பெட்டகமானாலும்
ஒரு நாள் வாடும் !
அருவியா இருக்கும்
ஆரோக்கியம் கூட
ஒரு நாள் வெடித்து மாயும் !
ஊரிலேயே உலகத்திலேயே
தான் மட்டுமே
அறிவாளி என்றாலும்,
மரணத்திற்கு முன் மண்டியிட ஒரு நாள் வரும் !
அப்பொழுது காலன் (எமன்)
என்பவன் லஞ்சம் வாங்கமாட்டான்
போய் சேர வேண்டியது வரும் !
மரணத்திற்கு பின்பும்
உயிர் வாழ்வது,
சேர்த்து வைத்த
நல்ல பெயர் மட்டும் தான் !

72. பரம ஏழைகளின் கேன்டீன்

கொழுக்க கொழுக்க
பணக்காரர்கள் ஒரு பக்கம் !
ஒதுக்க ஒதுக்க
ஏழைகள் பெருக்கம் மறுபக்கம் !
நம்பினால் நம்புங்கள்
பரம ஏழைகள் என்று
ஒன்று உண்டு !
அவர்களுக்காகவே
இந்திய தலைநகரில்
மிக மிக குறைந்த விலையில்
டீ (தேனீர்) ஒரு ரூபாய்க்கு
சூப் ஐந்து ரூபாய்க்கு
கொட்டைக் கறி
ஒன்றரை ரூபாய்க்கு
சாப்பாடு ஒரு ரூபாய்க்கு
கோழி 25 ரூபாய்க்கு
அப்பப்பா என்ன கருணை !
கேக் நான்கு ரூபாய்க்கு
பிரியாணி எட்டு ரூபாய்க்கு
மீன் குழம்பு 13 ரூபாய்க்கு !
இவ் அனைத்தும்
இந்தியாவில் உள்ள ஏழைகளுக்கு !
கிடைக்கும் இடம்
இந்திய நாடாளுமன்ற கேன்டீன் !

இந்த ஏழைகளின்
மாதச் சம்பளம்
வரி பணம் போக
என்பது ஆயிரம் ரூபாய் !

இந்த ஏழைகளின்
மாதச் சம்பளம்
வரி பணம் போக
என்பது ஆயிரம் ரூபாய் !

73. தியாகத்தின் மூச்சே

தங்களுக்கு தாங்களே
வட்டம் போட்டுக் கொண்ட
மனித இனம் !
மதம் என்கிறது
மொழி என்கிறது !
இதையெல்லாம் கடந்த
உயர்ந்த உள்ளம்
பூமியில் பிறந்த
அதிசய பிறப்பு !
தியாகத்தின் மூச்சே
உலகமெங்கும் வாழும் பேச்சே !
அன்பின் அர்த்தம்
எல்லோர் வாழ்வின் நித்தம் !
வருடத்தின் கணக்கில்
ஏசுவின் பிறப்பு !
நம் வயதின் கணக்கிலும்
ஏசுவின் பிறப்பு !
அதிசயம் அதிசயம்
ஏசுவின் பிறப்பு போலே
இன்னொருவர்
இதுவரை காணோம் !
அன்பு செய்
அரவணைத்து செல்,
இது தான் அவரின் போதனை

இன்றுவரை
வழி நடத்துது காணீர் !

74. மறையும்

கஷ்ட துக்கம்
வரும் போகும் !
அதை தாங்கிப் பிடிக்கும்
இடத்தில் இருந்தால் !
பணம் இல்லாத தீர்வுகள்
நிரம்ப இருக்கு !
வெறுப்பு கொள்ளாத உதவிகள்
நிரம்ப இருக்கு !
அதற்கு முதற்படி
அன்பான பேச்சு !
மலை போன்ற
துக்கங்கள் மறையும் !
குழம்பி இருக்கும்
எண்ணங்கள் தெளியும் !

www.ingramcontent.com/pod-product-compliance
Lightning Source LLC
Chambersburg PA
CBHW022032150726
47990CB00002B/922